கடல் பிரார்த்தனை

காலித் ஹுசைனி

தமிழில்: திலா வர்கீஸ்

எதிர்
வெளியீடு

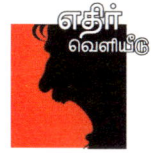

கடல் பிரார்த்தனை
காலித் ஹுசைனி
தமிழில்: திலா வர்கீஸ்

முதல் பதிப்பு: ஜூலை 2023

எதிர் வெளியீடு,
96, நியூ ஸ்கீம் ரோடு, பொள்ளாச்சி – 642 002
தொலைபேசி: 04259 – 226012, 99425 11302

விலை: ரூ. 499

Kadal Pirarthanai
Sea Prayer
Khaled Hosseini
Translated into Tamil by Thila Varghese

Text © 2017, 2018 by The Khaled Hosseini Foundation
Dan William's illustrations are published in arrangement with Bloomsbury Publishing Plc.
Copyright © 2018 by Dan Williams

First Edition: July 2023

Published by
Ethir Veliyeedu, 96, New Scheme Road, Pollachi – 2
email: ethirveliyedu@gmail.com
www.ethirveliyeedu.com

ISBN: 978-81-964050-3-8
Cover Design: Harisankar
Printed at Jothy Enterprises, Chennai.

All rights reserved. No part of this book may be reprinted or reproduced or utilised in any form or by any electronic, mechanical or other means, now known or hereafter invented, including photocopying and recording, or in any information storage or retrieval system, without permission in writing from the Publisher.

போர் மற்றும் வன்முறை துன்புறுத்தல்களிலிருந்து
தப்பி ஓடி கடலில் அழிந்துபோன
ஆயிரக்கணக்கான அகதிகளுக்கு
இந்த புத்தகம் அர்ப்பணிக்கப்படுகிறது.

என் பிரியத்துக்குரிய மர்வான்,
குழந்தைப்பருவத்து நீண்ட கோடை காலங்களில்,
உனது இப்போதைய வயது சிறுவனாக நான் இருந்த போது,
உன் மாமாக்களும் நானும்
ஹோம்ஸ் நகரத்தின் எல்லைக்கு வெளியேயிருந்த
உன் தாத்தாவின் பண்ணை வீட்டுத் தட்டைக்கூரை மேல்
எங்கள் படுக்கையை விரிப்போம்.

காற்று குளிர்ந்து வீச,
ஒரு சீமைப் பனிச்சைப்பழ
வெளிர்விளிம்பென சூரியன் கிழக்கில் உதயமாக,
தென்றலில் அசைந்தாடும் ஆலிவ் மரங்களின் சலசலப்பில்,
உன் பாட்டியின் ஆடு கத்தும் சத்தத்தில்,
அவரது சமையல் பாத்திரங்கள் கணகணக்கும் ஒலியில்,
காலையில் நாங்கள் கண் விழிப்போம்.

குறுநடை போடும் குழந்தையாக நீ இருந்தபோது
உன்னை நாங்கள் அங்கு அழைத்துச் சென்றோம்.

காட்டுப்பூக்கள் காற்றில் பறந்து பரவிக் கிடக்கும் புல்வெளியில்
மேயும் ஒரு மாட்டு மந்தையை
உனக்குக் காட்டும் உன் தாயாரின் நினைவு
அந்தப் பயணத்திலிருந்து
என் மனதில் வெகு தத்ரூபமாக பதிந்துள்ளது.

நீ அப்போது அத்தனை சிறு பிராயத்தவனாக
இல்லாமல் இருந்திருக்க நான் ஆசிக்கின்றேன்.
எனில்
பண்ணை வீட்டையும், அதன் கற்சுவர்களில் படிந்த புகைக்கரியையும்,
உன் மாமாக்களும் நானும் சேர்ந்து
ஓராயிரம் பிள்ளைப்பருவ அணைகள் கட்டிய சிற்றோடையையும்
நீ மறந்திருக்க மாட்டாய்.

ஹோம்ஸ் நகரத்தை நான் நினைவு கூர்வது போல்
நீயும் நினைவில் வைத்திருக்க ஆசிக்கின்றேன், மர்வான்.

அதன் பரபரப்பான பழைய நகரத்தில்,
இஸ்லாமியர்கள் நமக்கென ஒரு மசூதி,
நமது கிறிஸ்தவ அண்டையர்களுக்கென ஒரு தேவாலயம்,
நம் அனைவருக்கும் பொதுவானதொரு
மாபெரும் அரபுச் சந்தை,
தங்கப்பதக்கங்கள், பச்சைக் காய்கறிகள்
மற்றும் திருமண ஆடைகளை நாம் பேரம் பேச.

வறுத்த கிபேயின் வாசம் கமழும் நெரிசலான சந்துகள்
மற்றும் கடிகார கோபுரச்சதுக்கத்தைச் சுற்றி
உன் தாயாருடன் நாம் நடந்த
நமது மாலைநேர உலாக்கள்
யாவையும் நீ நினைவு கூர்ந்திருக்க ஆசிக்கின்றேன்.

ஆனால் அந்த வாழ்க்கையும், அந்தக் காலமும்,
எனக்கும் கூட,
இப்போது ஒரு கனவு போலத் தோன்றுகிறது,
என்றோ கரைந்து போன ஏதோவொரு வதந்தியைப் போல.

முதலில் வந்தன எதிர்ப்புப் போராட்டங்கள்.
பிறகு முற்றுகை.

வெடிகுண்டுகளைத் துப்பும் வானம்.
பசி பட்டினி.
உடல் அடக்கங்கள்.

இவைதான் உனக்குத் தெரிந்த விஷயங்கள்.

வெடிகுண்டு பாய்ந்த பள்ளத்தை
ஒரு நீச்சல் குட்டையாக்கிக் கொள்ளலாம்
என்பது உனக்குத் தெரியும்.
பிரகாசமான இரத்தத்தைக் காட்டிலும்
கருத்த இரத்தமென்பது மேலான நல்ல செய்தி
என்பதை நீ தெரிந்து கொண்டிருக்கிறாய்.

கான்கிரீட், செங்கற்கள் மற்றும் சிதிலமுற்ற உத்தரங்களினிடையே தென்படும் குறுகிய இடைவெளிகளில் சூரிய ஒளி பட்டு இருளுக்குள் பிரகாசிக்கும் சின்னச்சின்ன தோல் திட்டுக்களின் மூலம் தாய்மார்கள், சகோதரிகள் மற்றும் வகுப்பு தோழர்களைக் கண்டுபிடிக்கலாம் என்பதையும் நீ தெரிந்து கொண்டிருக்கிறாய்.

உன் தாயார் இன்றிரவு இங்கிருக்கிறார், மர்வான்,
நம்மோடு, குளிர்ந்த இந்த நிலவொளி பாயும்
கடற்கரையில்,
அழுகின்ற குழந்தைகளுக்கும்
நாம் பேசாத பல பாஷைகளில் கவலையுறும்
பெண்களுக்கும் மத்தியில்.
ஆப்கானியர்கள், சோமாலியர்கள், ஈராக்கியர்கள்,
எரித்திரியர்கள் மற்றும் சிரியர்கள் உட்பட,
நாமனைவரும் சூரிய உதயத்துக்கென
பொறுமையற்றிருக்கிறோம்,
சூரிய உதயத்துக்கு அஞ்சுபவர்களாக.
புகல் இல்லத்தைத் தேடுபவர்களாக.

நாம் எங்கும் அழைக்கப்படாதவர்கள்
என்று சொல்லக் கேட்டிருக்கிறேன்.
நாம் எங்கும் வரவேற்கப்படாதவர்கள்.
நமது துரதிஷ்டத்தை வேறு எங்காவது நாம்
எடுத்துச்செல்ல வேண்டும்.

ஆனால் கடலலை மீது
உன் தாயாரின் குரலை நான் கேட்கிறேன்,
அவர் என் காதில் இரகசியமாகக் கிசுகிசுக்கிறார்,
"ஓ, ஆனால் நீங்கள் பார்த்ததில்
ஒரு பாதியை மட்டுமாவது அவர்கள் பார்த்திருந்தால், என் அன்பே,
அவர்கள் மட்டும் பார்த்திருந்தால்,
மேலும் கனிவான சங்கதிகளை அவர்கள் கூறுவார்கள், நிச்சயமாக."

அழகிய கையெழுத்துக் கலை போன்ற
கண்ணிமைகள் கபடற்ற உறக்கத்தில் மூடியிருக்கும்
உன் முகத்தோற்றத்தை
இந்த முக்கால் நிலவின் ஒளியில் பார்க்கிறேன், என் மகனே.

நான் உன்னிடம் கூறினேன்,
"என் கையை பிடித்துக்கொள்.
எந்தக் கெடுதலும் நேராது."

இவை வெறும் வார்த்தைகள்.
ஒரு தந்தையின் ஏமாற்று வித்தைகள்.
அது உன் தந்தையை,
அவர் மீது உனக்குள்ள நம்பிக்கையை
கொன்று போடுகிறது.
ஏனென்றால் இன்றிரவு என்னால் எண்ண முடிந்ததெல்லாம்
கடல் எவ்வளவு ஆழமானது, எவ்வளவு பரந்தது,
மேலும் எவ்வளவு அலட்சியமானது என்பதுதான்.
அதனிடமிருந்து உன்னைப் பாதுகாக்க முடியாதபடிக்கு
நான் எவ்வளவு சக்தியற்றவன்.

நான் செய்ய முடிந்ததெல்லாம்
பிரார்த்திப்பது மட்டுமே.

கரையோரங்கள் கண்பார்வையை விட்டு நழுவி
பொங்கிப் பெருகும் நீரில் நாம் அலை பாய்ந்து சாய்ந்து
எளிதில் விழுங்கப்படும்
அற்பத் துரும்பாகும் அந்த வேளையில்,
ஆண்டவர் இந்தப் படகை துல்லியமாகச் செலுத்திட
நான் பிரார்த்திக்கிறேன்.

ஏனென்றால் நீ,
நீ ஒரு விலைமதிப்பற்ற சரக்கு, மர்வான்,
இதுநாள் வரை இருந்த யாவையும் விட
அதிமேலான மதிப்பு வாய்ந்த சரக்கு.

கடல் இதை அறிந்திருக்க வேண்டுகிறேன்.
இன்ஷா அல்லாஹ்.

கடல் இதை அறிந்திருக்க
நான் எப்படியெல்லாம்
வேண்டுகிறேன்.

கடல் பிரார்த்தனைக்கு
உத்வேகம் அளித்தது 2015ஆம் ஆண்டு செப்டம்பர் மாதம் ஐரோப்பாவில் பாதுகாப்பை அடைய முயன்று மத்தியதரைக்கடலில் மூழ்கி இறந்த மூன்று வயது சிரிய நாட்டு அகதியான ஆலன் குர்தி என்ற சிறுவனின் கதையாகும்.

ஆலன் இறப்புக்குப் பிறகு அடுத்த ஒரு வருடத்தில், அதே பயணத்தை முயற்சித்த மற்ற 4,176 பேர் இறந்தனர் அல்லது காணாமல் போனார்கள்.

திலா வர்கீஸ்
மொழிபெயர்ப்பாளர்

கனடாவில் வசித்து வரும்
திலா வர்கீஸ், அங்கு லண்டனில்
உள்ள வெஸ்டர்ன் யூனிவெர்சிட்டியில்
மூத்த எழுத்து ஆலோசகராக
கல்வியாண்டில் பகுதிநேரமாக
பணியாற்றுகிறார். தமிழ் இலக்கியப்
படைப்புகளின் அவரது ஆங்கில
மொழிபெயர்ப்புகள் சர்வதேச
இதழ்களில் வெளியிடப்பட்டுள்ளன.